Impressum
Verlag: BABADADA GmbH, Nedderfeld 112 , 22529 Hamburg
Geschäftsführer / Verlagsleitung: Harald Hof
Druck: Books on Demand GmbH, In de Tarpen 42, 22848 Norderstedt

Imprint
Publisher: BABADADA GmbH, Nedderfeld 112 , 22529 Hamburg, Germany
Managing Director / Publishing direction: Harald Hof
Print: Books on Demand GmbH, In de Tarpen 42, 22848 Norderstedt

scuola
ilé-ìwé

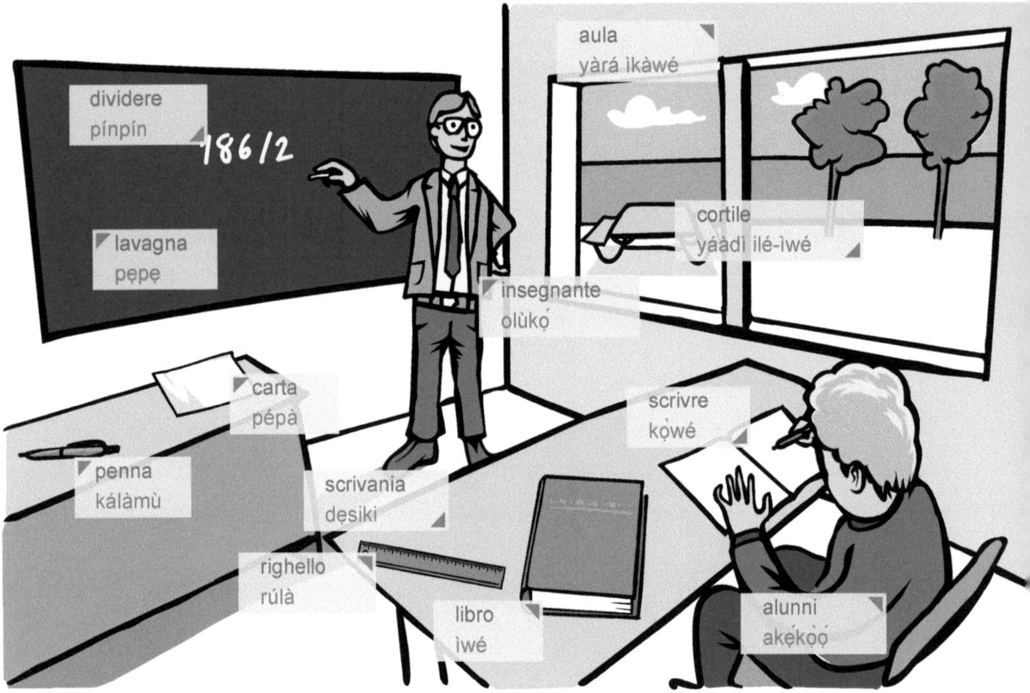

aula
yàrá ìkàwé
dividere
pínpín
186/2
lavagna
pẹpẹ
cortile
yáàdì ilé-ìwé
insegnante
olùkọ́
carta
pépà
scrivre
kọ̀wé
penna
kálàmù
scrivania
dẹsiki
righello
rúlà
libro
ìwé
alunni
akẹ́kọ̀ọ́

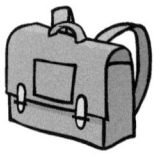

cartella

ọ̀rá

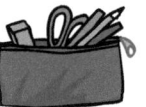

portapenne

àpò pẹnsuru

matita

pẹnsuru

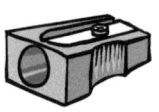

temperino

olùgbẹ́ pẹnsuru

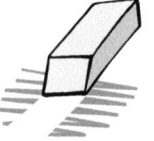

gomma

rọ́bà

blocco da disegno

bọ́tinnì yíyàwòrán

disegno

yíyàròwán

pennelli

burọsi ọdà

scatola dei colori

àpótí ọdà

forbici

sisọsi

colla

gúlù

libro degli esercizi

ìwé iṣẹ́

compiti

iṣẹ́ àmúrelé

numero

nọ́mbà

addizionare

àfikún

sottrarre

àyọkúrò

moltiplicare

ìsọdipúpọ̀

calcolare

ṣírò

lettera

lẹ́tà

alfabeto

alábídí

parola

ọ̀rọ̀ sísọ

testo

ọ̀rọ̀ kíkọ

leggere

kàwé

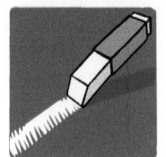

gesso

ṣọ́ọ̀kì

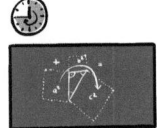

lezione

ìkẹ́kọ̀ọ́

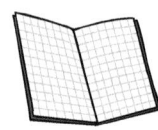

registro

forúkọsílẹ̀

esame

ìdánwo

pagella

ìwé-ẹrí

uniforme

aṣọ ilé-ìwé

istruzione

ẹ̀kọ́

enciclopedia

ìwé ìmọ̀

università

yunifasiti

microscopio

ẹ̀rọ gbohùngbohùn

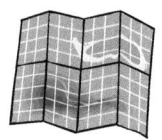

cartina

àwòrán àgbáyé

cestino

agbọ̀n ìdalẹ̀nù

4   scuola - ilé-ìwé

viaggio
ìrìn àjò

hotel
ilé ìtura
Grand
ostello
ibùgbé akẹ́kọ̀ọ́
ROOMS
EXCHANGE
uffico di cambio
ibi ìpàrọ̀ owó
valigia
àpótí ọwọ́
automobile
ọkọ̀ ayọ́kẹ́lẹ́

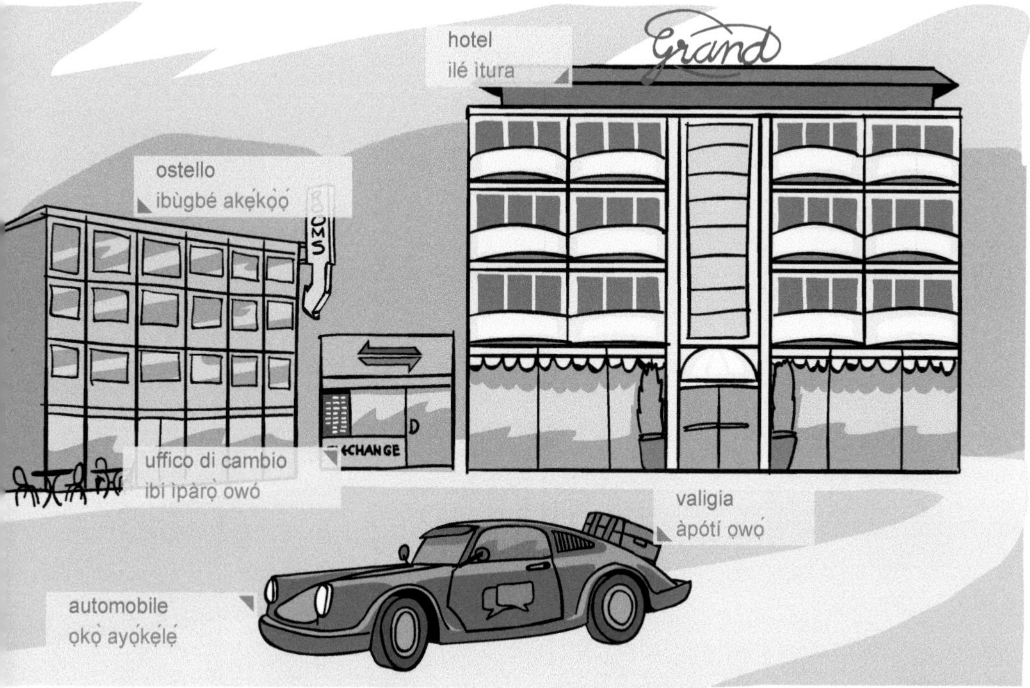

Lingua
èdè

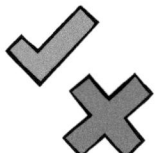

sì / no
bẹ́ẹ̀ni / bẹ́ẹ̀kọ́

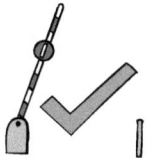

okay
Ó dára

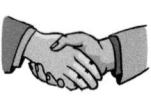

ciao
ẹpẹ̀lẹ́

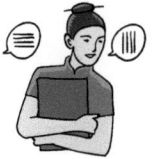

interprete
olùtúmọ̀ èdè

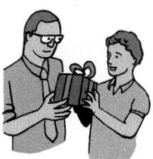

Grazie
O ṣeun

Quanto costa...?

èló ni... ?

Non capisco

Kò yé mi

problema

ìṣòro

buona sera

Ẹ káalẹ́!

Buongiorno!

Ẹ kaarọ!

Buonanotte!

Ẹ káalẹ́!

arrivederci

ódìgbà

direzione

ìtọ́ni

bagagli

ẹrù-ẹni

borsa

báàgì

zaino

àpò ẹ̀yìn

ospite

àlejò

camera

yàrá

sacco a pelo

báàgì ibùsùn

tenda

àgọ́

Informazioni

àlàyé arìnrìn àjò

spiaggia

òkun

carta di credito

káàdì arópò owó

colazione

oúnje àárò

pranzo

oúnje òsán

cena

oúnje alé

biglietto

tikèti

ascensore

ìgbésókè

francobollo

èdìdí

confine

àlà

dogana

àwon àsà

ambasciata

ibi ìwé ìrìnà

visto

fisa

passaporto

ìwé ìrìnà

trasporto

ọkọ̀

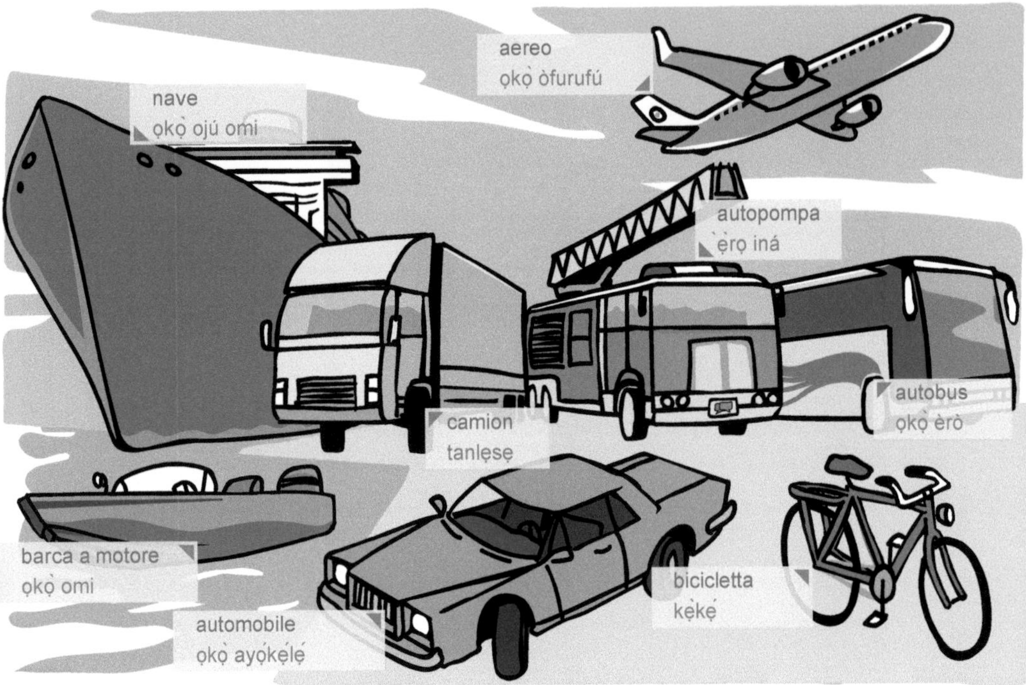
aereo
ọkọ̀ òfurufú
nave
ọkọ̀ ojú omi
autopompa
ẹ̀rọ iná
autobus
ọkọ̀ èrò
camion
tanlẹsẹ
barca a motore
ọkọ̀ omi
automobile
ọkọ̀ ayọ́kẹ́lẹ́
bicicletta
kẹ̀kẹ́

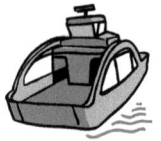

traghetto

ọpán

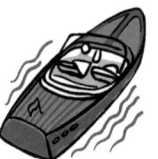

barca

ọpọ́n ojú omi

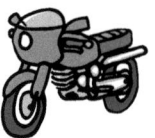

motocicletta

atapùpù

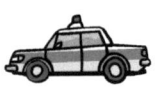

auto della polizia

ọkọ̀ ọlọ́pàá

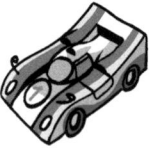

auto da corsa

ọkọ̀ ìsáré

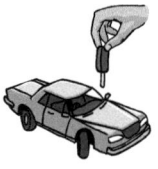

auto a noleggio

ọkọ̀ yíyá

carsharing

àpínlò ọkọ̀

carro attrezzi

ìgbọ́kọ̀

camion della nettezza urbana

ọkọ̀ dída ilẹ̀ nù

motore

manto

benzina

epo

benzinaio

ilé epo

cartello stradale

àmì ìwakọ̀

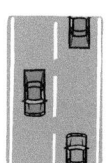

traffico

ìwakọ̀

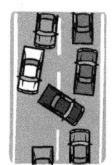

ingorgo

súnkẹrẹ

parcheggio

ibi ìgbọ́kọ̀sí

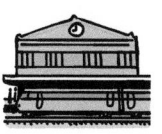

stazione

ibùdókọ̀ ojú irin

binari

àwọn òpópó

treno

ọkọ̀ ojú irin

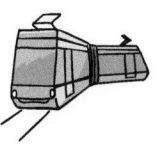

tram

ọkọ̀ ori ilẹ̀

vagone

ẹrù

elicottero

ẹlikọputa

aeroporto

ibùdókọ̀ òfurufú

torre di controllo

òpó

passeggero

èrò

container

ibi ìpamọ́

cartone

katun

carretto

apẹ̀rẹ̀

cestino

agbọ̀n

decollare / atterrare

gbéra / balẹ̀

città

ìlú

paese

abúlé

centro

àárín ìlú

casa

ilé

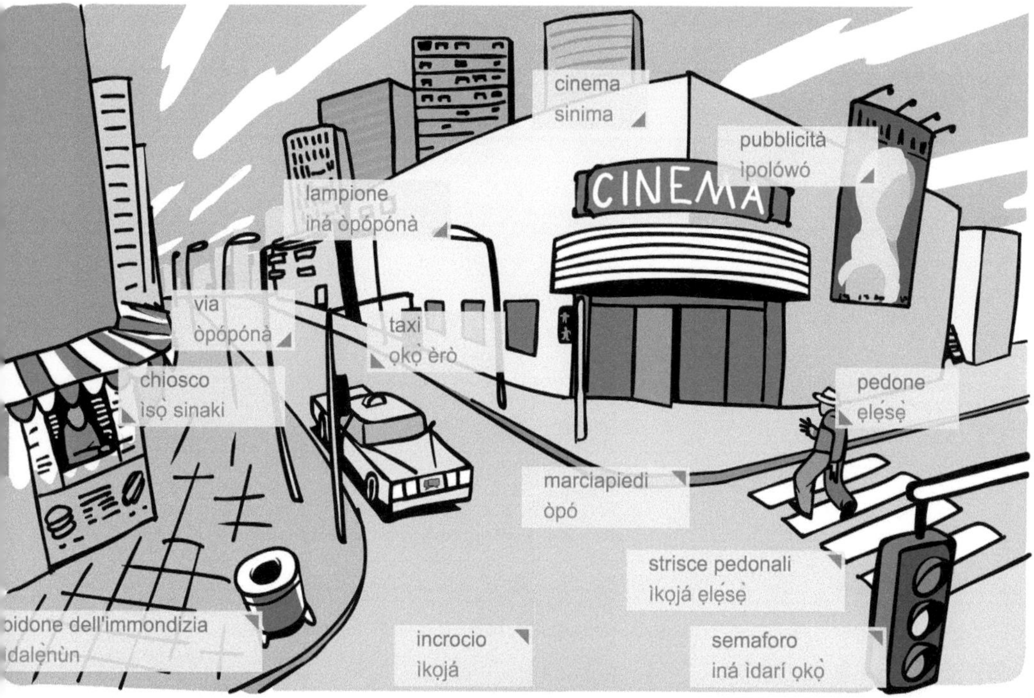

cinema
sinima

pubblicità
ipolówó

lampione
iná òpópónà

via
òpópónà

taxi
ọkọ̀ èrò

chiosco
ìsọ̀ sìnakí

pedone
ẹlẹ́sẹ̀

marciapiedi
òpó

bidone dell'immondizia
dalẹ̀nùn

incrocio
ìkọjá

strisce pedonali
ìkọjá ẹlẹ́sẹ̀

semaforo
iná ìdarí ọkọ̀

capanna

abà

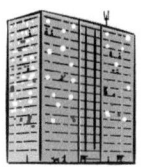

appartamento

filati

stazione

ibùdókọ̀ ojú irin

municipio

ojúde

museo

musiọmu

scuola

ilé-ìwé

città - ìlú

università
yunifasiti

banca
ilé ìfowópamọ́

ospedale
ilé ìwòsàn

hotel
ilé ìtura

farmacia
olùta ògùn

uffico
ọfisi

libreria
ìsọ̀ ìwé

negozio
ìsọ̀

fioraio
òdòdó

supermercato
ibi ìtajà

mercato
ọjà

grande magazzino
ibi ẹka iṣẹ́

pescheria
ibi ẹja

centro commerciale
ibi ìrajà

porto
bèbè omi

parco

ibi ìgbafẹ́

panchina

àga

ponte

afárá

scale

àgàsọ̀

metropolitana

abẹ́ ilẹ̀

galleria

ihò ilẹ̀

fermata dell'autobus

ibùdókọ̀

bar

ilé ọtí

ristorante

ilé oúnjẹ

cassetta delle lettere

àpótí ìfiwéránṣẹ́

segnale stradale

àmì òpópónà

parchimetro

mita ìgbọ́kọ̀sí

zoo

ibi ẹranko

piscina

ibi ìwẹ̀

moschea

mọ́ṣáláṣí

fattoria

oko

inquinamento

ìdọtí

cimitero

ibi ìsinkú

chiesa

ilé ìjọsìn

parco giochi

ibi ìṣeré

tempio

tẹmpili

paesaggio
ẹlẹ́bùú

foglia
ewé

cartello
ajúwe

strada
ọ̀nà

prato
ilẹ̀ koríko

pietra
òkúta

escursionista
olùrìn

albero
igi

fiume
odò

erba
kóriko

fiore
òdòdó

valle

kòtò

collina

òkè

lago

adágún omi

bosco

aginjù

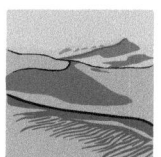

deserto

aṣálẹ̀

vulcano

ilẹ̀ ríru

castello

ibùgbé

arcobaleno

òṣùmàrè

fungo

esun

palma

ọpẹ

zanzara

`ẹ̀fọn

mosca

eṣinṣin

formica

kòkòrò

ape

oyin

ragno

alántakun

coleottero

làbọnlàbọn

rana

ọpọlọ́

scoiattolo

ọ̀kẹ́rẹ́ ńlá

riccio

sẹ́sẹ́

coniglio

ọ̀kẹ́rẹ́

civetta

òwìwí

uccello

ẹyẹ

cigno

pẹ́pẹ́yẹ ńlá

cinghiale

ẹlẹ́dẹ̀ igbó

cervo

àgbọ̀nrín

alce

àgbọ̀nrín ńlá

diga di sbarramento

adágún

turbina eolica

ọ̀pá afẹ́fẹ́

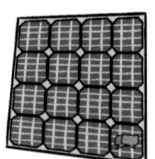

pannello solare

panẹ́ẹ̀lì òrùn

clima

ojú-ọjọ́

ristorante
ilé oúnjẹ

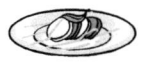

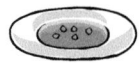

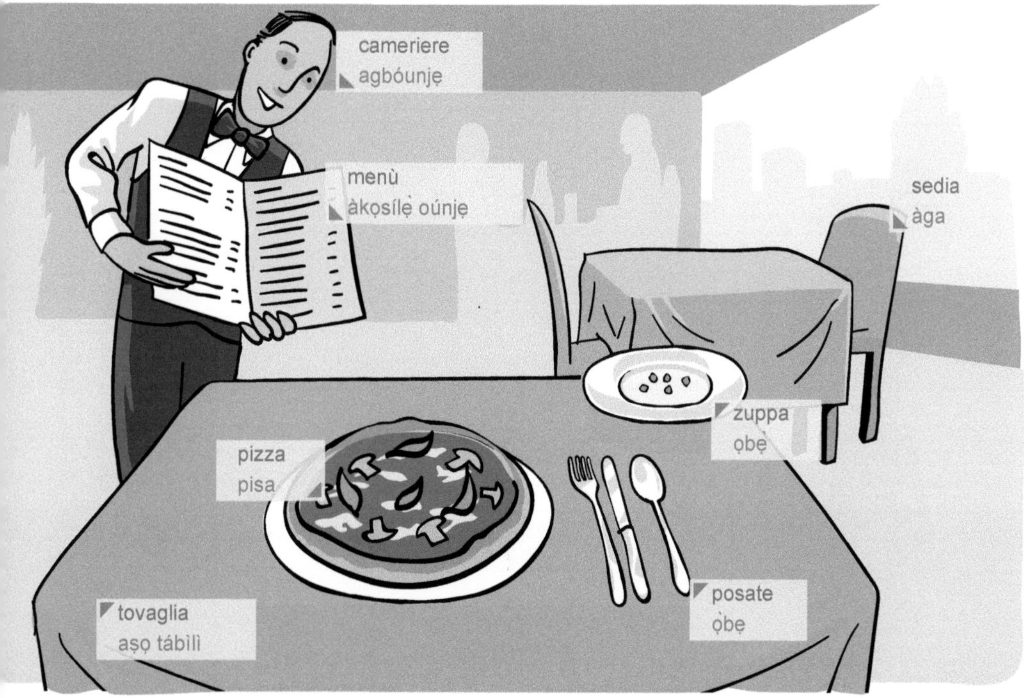
cameriere
agbóunjẹ
menù
àkọsílẹ̀ oúnjẹ
sedia
àga
zuppa
ọbẹ̀
pizza
pisa
posate
ọ̀bẹ
tovaglia
aṣọ tábìlì

antipasto

ìpanu

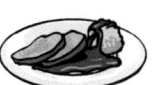

piatto principale

oúnjẹ gangan

dessert

ìpanu lẹ́yin oúnjẹ

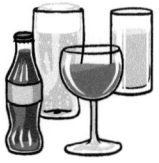

bevande

ohun mímu

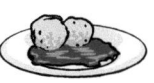

cibo

oúnjẹ

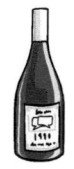

bottiglia

ìgò

fast food

oúnję kíá

cibo di strada

oúnję òpópónà

teiera

abọ́ tii

zuccheriera

abọ́ ṣúgà

porzione

ìpín

macchina del caffè

`ẹ̀rọ ẹsipirẹso

seggiolone

àga gíga

fattura

ináwó oṣoṣù

vassoio

tire

coltello

ọ̀bẹ

forchetta

fọ́ọ̀kì

cucchiaio

ṣíbí

cucchiaino da tè

ṣíbí tii

tovagliolo

pépà ìnuwọ́

bicchiere

gilasi

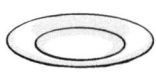

piatto

abọ́

piatto fondo

abọ́ obẹ̀

piattino

pẹlẹbẹ

salsa

ọbẹ̀

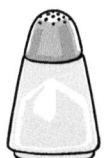

saliera

kòkò iyọ̀

macinino da pepe

ilọta

aceto

fẹniga

olio

òróró

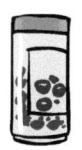

spezie

èròjà

ketch up

kẹsọpu

senape

mọsitadi

maionese

mayonesi

supermercato
ibi ìtajà

offerta
ẹ̀dínwó
FOR
cliente
oníbààrà
latticini
wàrà
frutta
èso
carrello della spesa
ọmọlanke

BUTCHERS

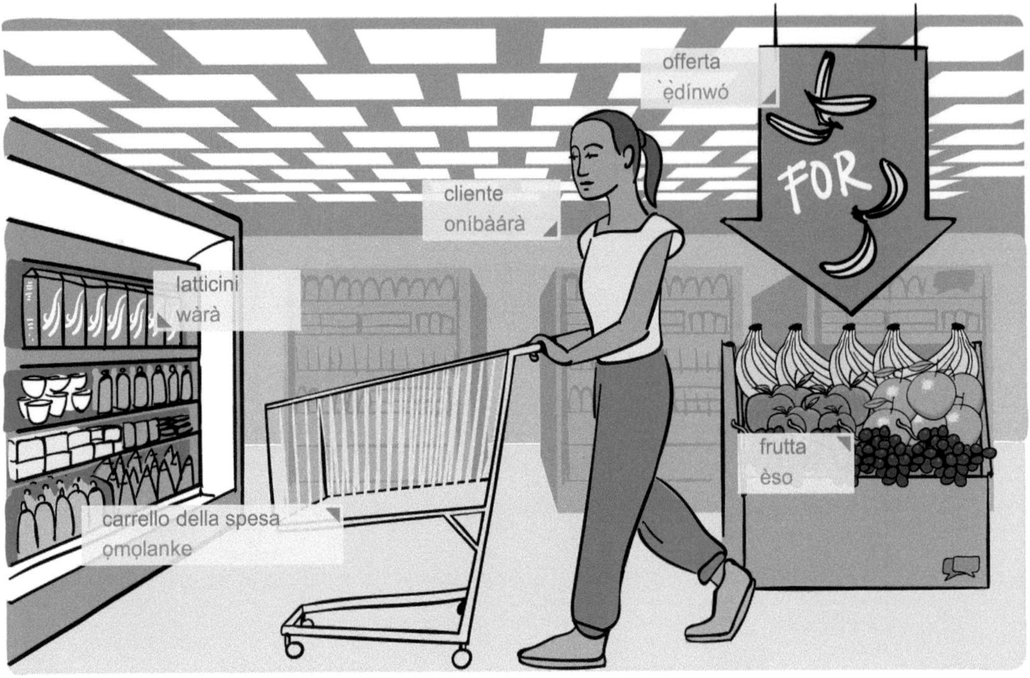

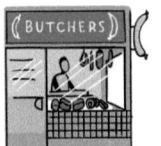

macelleria

alápatà

BAKERY

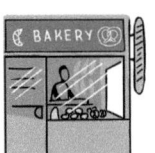

panetteria

beka

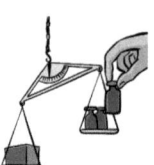

pesare

wọ̀n

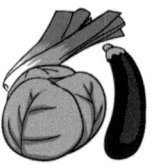

verdura

ewébẹ̀

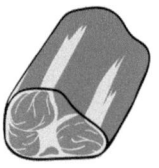

carne

ẹran

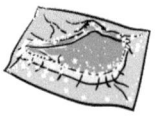

surgelati

oúnjẹ dídì

affettato

ẹran tútù

conserve

oúnjẹ agolo

detersivo

ọṣẹ ìfọṣọ

dolciumi

àdíndùn

casalinghi

àgbéjáde ẹbí

detersivo

ohun ìtọjú

commessa

olùtajà

cassa

tili

cassiere

akawó

lista della spesa

àkójọ ìrajà

orari d'apertura

wákàtí ìbẹ̀rẹ̀

portafoglio

ìpamọ́

carta di credito

káàdì arópò owó

sacchetto

báàgì

sacchetto di plastica

báàgì ọrá

acqua

omi

succo di frutta

omi èso

latte

wàrá

coca-cola

koki

vino

waini

birra

bia

alcol

ọtí líle

cacao

kòkó

tè

tii

caffè

kọfí

espresso

ẹsipirẹso

cappuccino

kapusino

banana

ọgẹ̀dẹ̀

mela

apu

arancio

ọsàn

melone

`ẹ̀gúsí

limone

òronbò

carota

karọti

aglio

galiki

bambù

ọparun

cipolla

àlùbọ́sà

fungo

esun

noci

`ẹ̀pà

pasta

nodu

spaghetti

sipajẹti

riso

ìrẹsì

insalata

saladi

patatine fritte

ìpanu

patatine fritte

ànàmọ́ díndín

pizza

pisa

hamburger

bọ́gà

sandwich

sanwiṣi

cotoletta

ẹran sísun

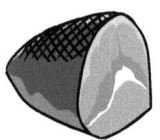

prosciutto

ẹsẹ̀ ẹlẹ́dẹ̀

salame

salami

salsiccia

sọseji

pollo

ẹran ẹdìyẹ

arrosto

sun

pesce

ẹja

fiocchi di avena

oti pọreji

muesli

musẹli

corn flakes

confulakisi

farina

iyẹ̀fun

croissant

kirosanti

panino

rolu búrẹ̀dì

pane

burẹdi

toast

dín

biscotti

bisikiti

burro

bọ̀tà

quark

kọdu

torta

keki

uovo

ẹyin

uovo al tegamino

ẹyin díndín

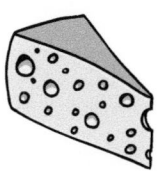

formaggio

ṣiṣi

gelato

aisi kirimu

zucchero

ṣúgà

miele

oyin

marmellata

jamu

crema gianduia

àfira ṣokoleti

curry

kọri

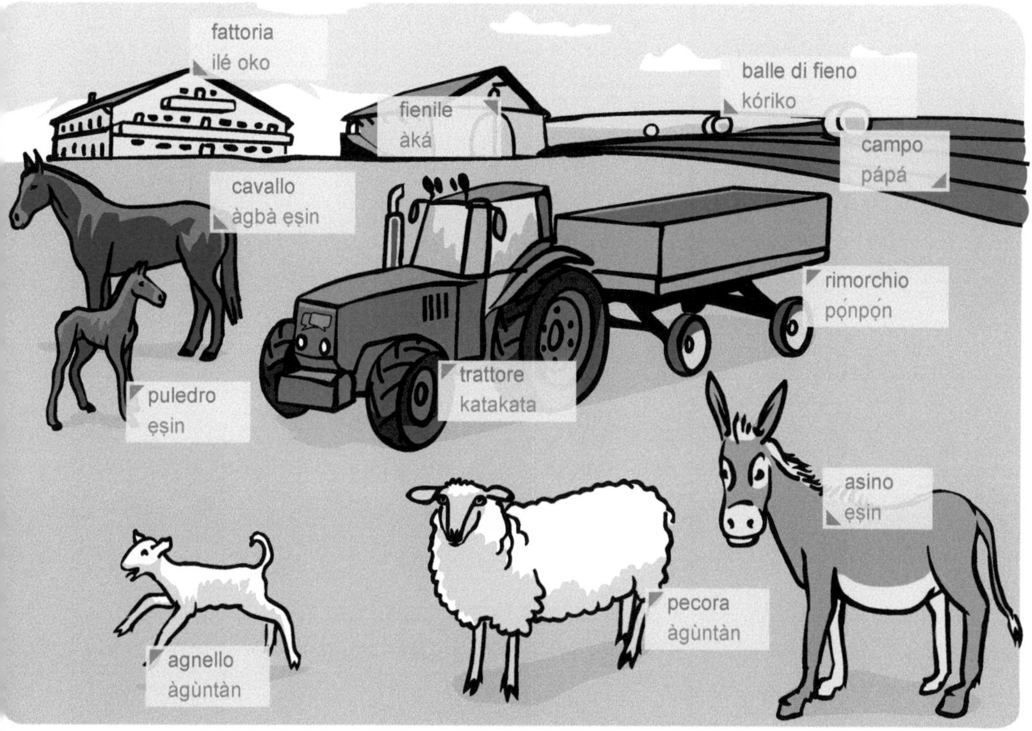

fattoria
ilé oko

balle di fieno
kóriko

fienile
àká

campo
pápá

cavallo
àgbà ẹṣin

rimorchio
pọ́npọ́n

puledro
ẹṣin

trattore
katakata

asino
ẹṣin

agnello
àgùntàn

pecora
àgùntàn

capra

ewúrẹ́

mucca

máàlù

vitello

ọ̀dọ́ àgùntàn

maiale

ẹlẹ́dẹ̀

porcellino

ọmọ ẹlẹ́dẹ̀

toro

àgbò

oca

ọmọ pẹ́pẹ́yẹ

anatra

pẹ́pẹ́yẹ

pulcino

ọmọ adìyẹ

gallina

adìyẹ

gallo

àkùkọ

ratto

èkúté

gatto

olóngbò

topo

eku

bue

kẹ̀tẹ̀kẹ̀tẹ́

cane

ajá

cuccia

ilé ajá

tubo d'irrigazione

ọ̀pá ọgbà

annaffiatoio

abọ́ omi

falce

scythe

aratro

ọkọ̀ irúgbìn

falce

abẹ oko

zappa

ọkọ́

forcone

irinṣẹ́ kóriko

accetta

àáké

cariola

wilibaro

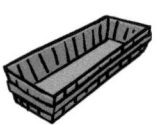

trogolo

àgbá

contenitore del latte

abọ́ wàrà

sacco

àpò

recinto

ògiri

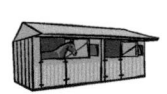

stalla

pẹpẹ oko

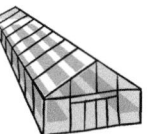

serra

ibi ìdáko

terreno

ilẹ̀

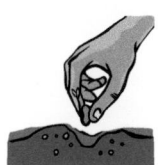

semina

irúgbìn

fertilizzante

ajílẹ̀

trebbiatrice

àkópọ̀ olùkórè

raccogliere

ìkórè

raccolto

ìkórè

igname

iṣu

frumento

bàbà

soia

soya

patate

ànàmọ́

mais

àgbàdo

colza

irúgbìn rapu

albero da frutta

igi èso

manioca

ẹ̀gẹ́

cereali

jéró

casa
ilé

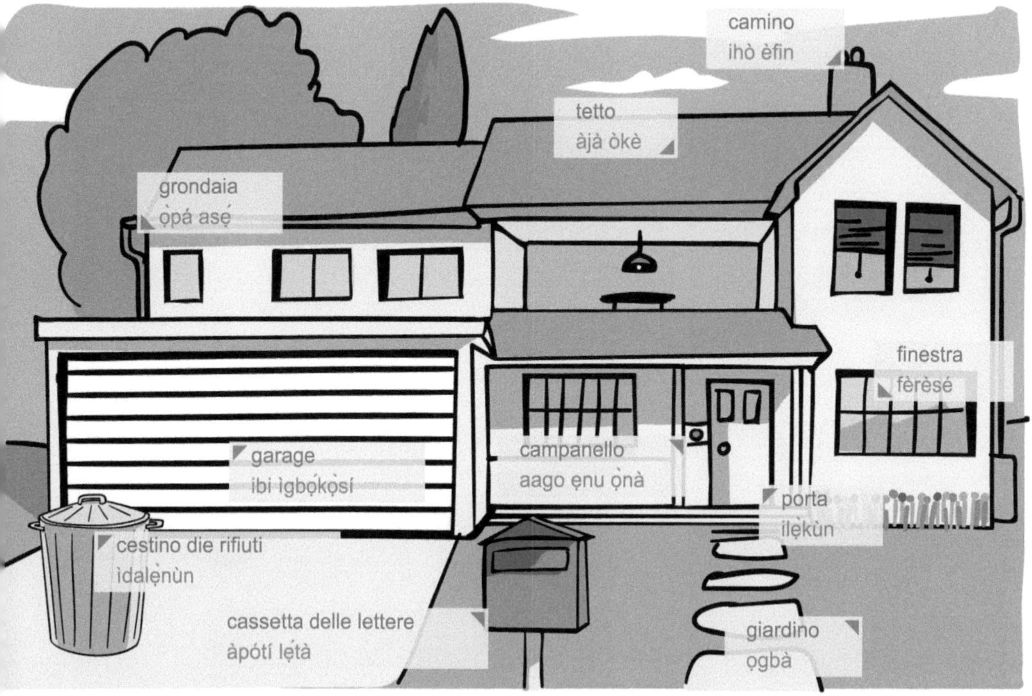

camino
ihò èfin
tetto
àjà òkè
grondaia
ọ̀pá asẹ́
finestra
fèrèsé
garage
ibi ìgbọ́kọ̀sí
campanello
aago ẹnu ọ̀nà
porta
ilẹ̀kùn
cestino die rifiuti
ìdalẹ̀nùn
cassetta delle lettere
àpótí lẹ́tà
giardino
ọgbà

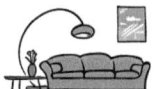

soggiorno

yàrá ìgbé

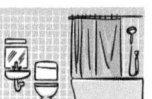

bagno

ilé ìwẹ̀

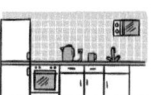

cucina

ilé ìdáná

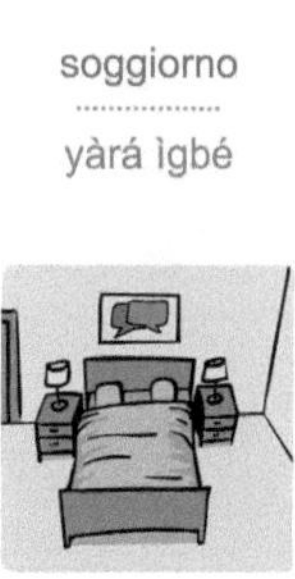

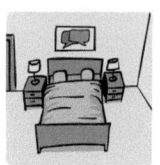

camera da letto

yàrá ìbùsùn

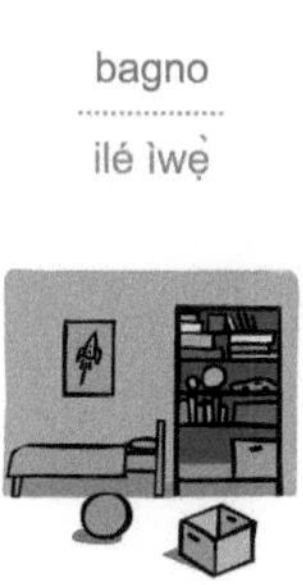

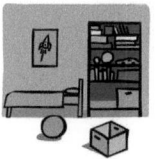

stanza dei bambini

yàrá ọmọdé

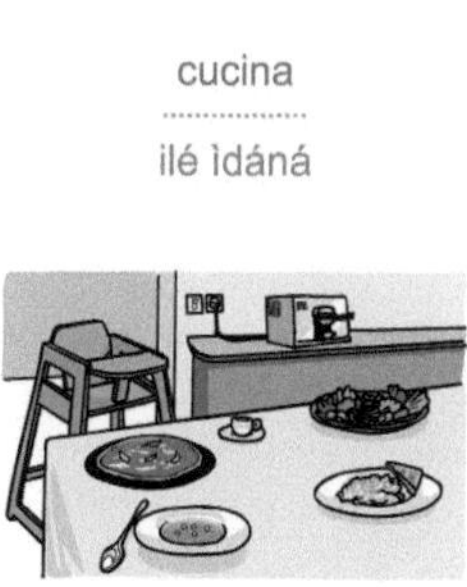

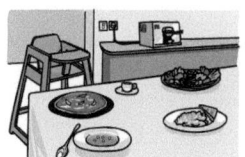

sala da pranzo

yàrá ìjẹun

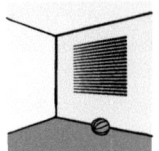

pavimento

ilẹ̀

parete

ògiri ilé

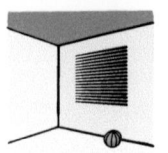

coperta

àjà

cantina

sẹla

sauna

sauna

balcone

ọdẹ̀dẹ̀

terrazza

ọ̀nà

piscina

ibi ìwẹ̀

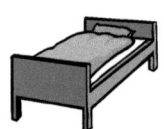

tosaerba

ẹ̀rọ ìgéko

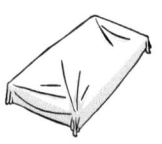

lenzuola

ojú-ewé

coperta

aṣọ orí ibùsùn

letto

ibùsùn

scopa

ọwọ̀

cestino

garawa

interruttore

yípo

soggiorno

yàrá ìgbé

tappezzeria
pépà ògiri
foto
àwòrán
lampada
iná
scaffale
ṣẹfu
armadio
kọbọdu
televisore
àmóhùnmáwòrán
camino
ibi ìdáná
fiore
òdòdó
cuscino
tìmùtìmù
divano
sọfa
vaso
fasi
telecomando
ìdarí takété

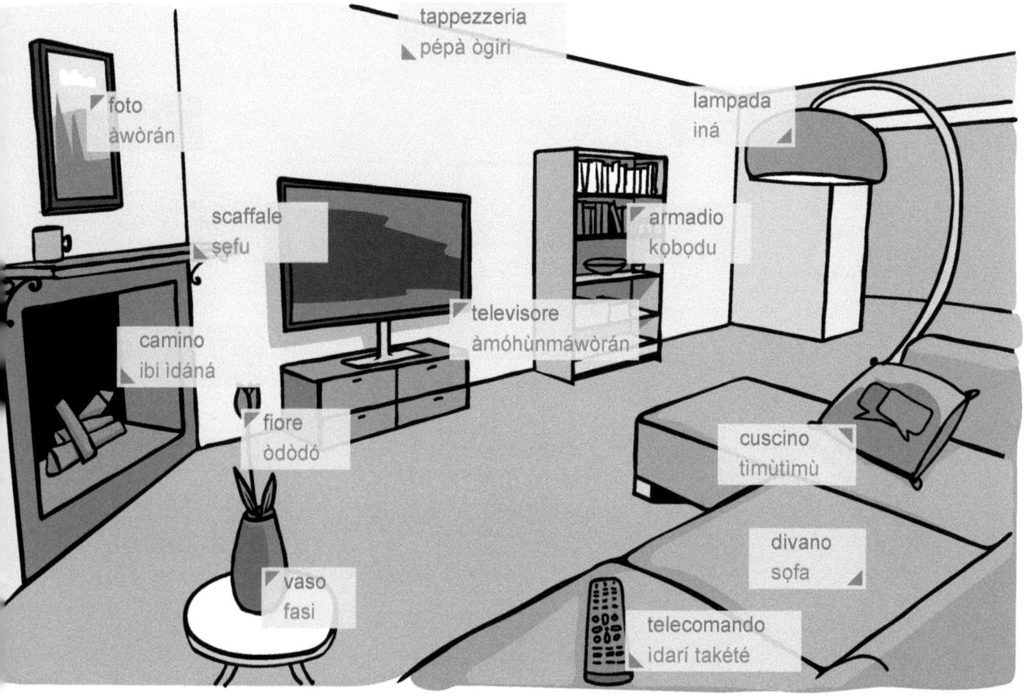

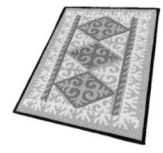

tappeto

kapẹti

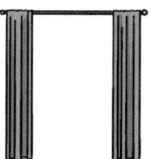

tenda

kọtini

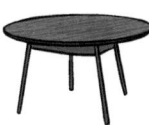

tavolo

tábìlì

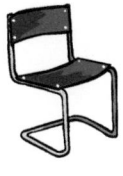

sedia

àga

sedia a dondolo

àga amìtìtì

poltrona

àga ọlọ́wọ́

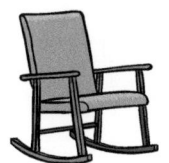

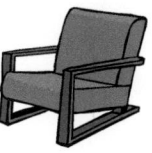

libro

iwé

coperta

aṣọ ìbora

decorazione

ọ̀ṣọ́

legna da ardere

igi ìdáná

film

fíìmù

impianto stereo

irinṣẹ́ hi-fi

chiavi

kọ́kọ́rọ́

quotidiano

iwé ìròyìn

dipinto

kíkunlé

poster

àlẹ̀mọ́

radio

redio

taccuino

ìkọ̀wé

aspirapolvere

ufa

cactus

kakitọsi

candela

àbẹ́là

cucina
ilé ìdáná

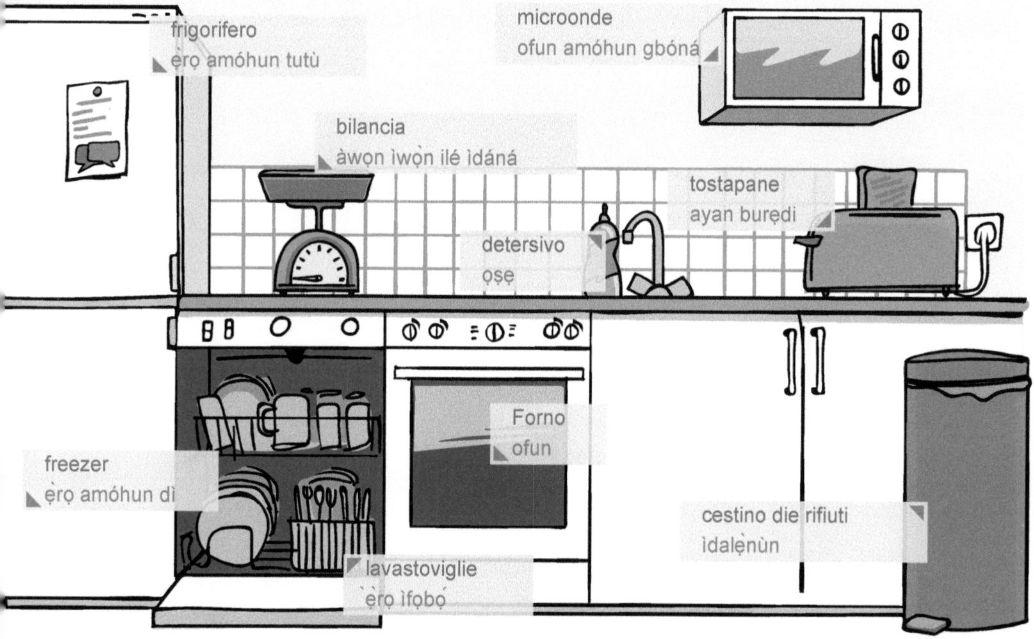

frigorifero
ẹ̀rọ amóhun tutù
microonde
ofun amóhun gbóná
bilancia
àwọn ìwọ̀n ilé ìdáná
tostapane
ayan burẹdi
detersivo
ọṣẹ
Forno
ofun
freezer
ẹ̀rọ amóhun dì
cestino die rifiuti
ìdalẹ̀nùn
lavastoviglie
ẹ̀rọ ìfọbọ́

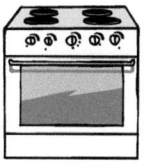

fornello
ìdáná

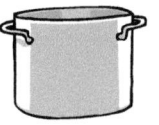

pentola
ìṣasun

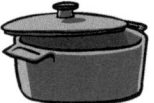

padella di ferro
ìṣasun irin

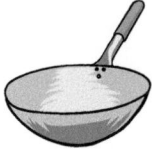

wok / kadai
wok / kadai

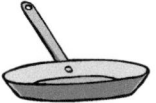

padella di ferro
panu

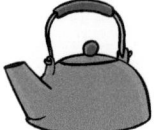

bollitore per l'acqua
kẹturu

Forno a vapore

amoru

teglia

pẹpẹ ìdáná

stoviglie

dídáná

tazza

ife gilasi

buccia

àdému

bacchette

igi ìjẹun

mestolo

ladu

paletta da cucina

ṣíbí kòtò

frusta

wisiki

scolapasta

sitirena

setaccio

asẹ́

grattuggia formaggio

gireta

mortaio

odó

barbecue

àsun

focolare

ibi ìdáná

tagliere

pẹpẹ gígé

mattarello

igi ìlọ̀

cavatappi

kọkisukuru

lattina

agolo

apriscatole

olùṣí agolo

presina

àdìmú ìṣasun

lavandino

kòtò

spazzola

burọṣi

spugna

kaninkanin

frullatore

ẹ̀rọ ìlọta

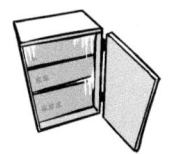

congelatore

ẹ̀rọ amóhun dì oníkòtò

biberon

ohun ìjẹun ọmọdé

rubinetto

ẹnu ẹ̀rọ omi

cucina - ilé ìdáná

bagno
ilé ìwẹ̀

riscaldamento
gbígbóná
asciugamani
tawẹli
bagnoschiuma
ìwẹ̀ olọṣẹ
vasca
ibi ìwẹ̀
lavatrice
ẹrọ ìfọṣọ
vasino
pó
piastrelle
àlẹ̀mọ́lẹ̀
lavandino
kòtò
rubinetto
ẹnu ẹ̀rọ omi
doccia
ìwẹ̀
tendina da doccia
kọtini ìwẹ̀
bicchiere
gilasi

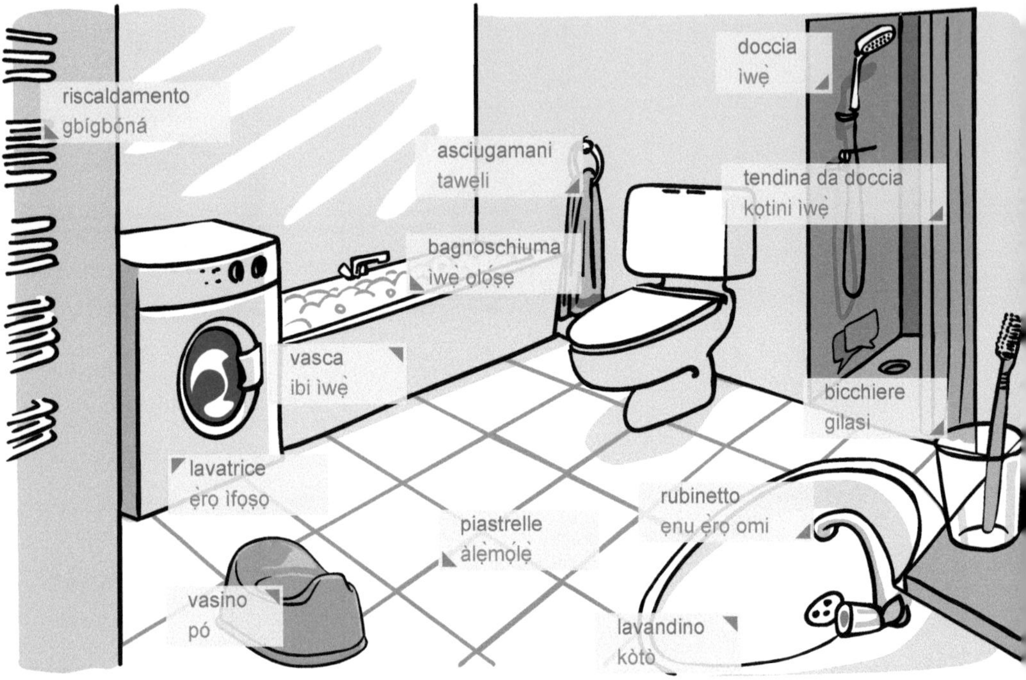

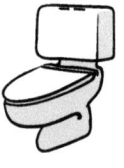

toilette
ibi ìyàgbẹ́

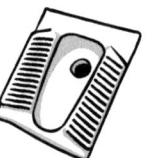

urinatoio turco
ibi ṣálángá

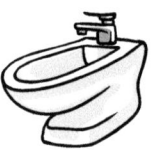

bidet
bidẹti

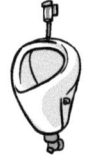

urinatoio
títọ̀

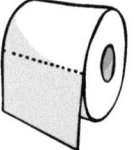

carta igienica
pépa ibi ìyàgbẹ́

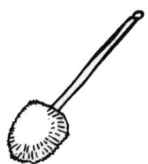

spazzola da water
burọṣi ibi ìyàgbẹ́

spazzolino da denti

igi ìfọnu

dentifricio

ọṣẹ ifọnu

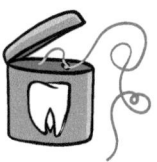

filo interdentale

filọsi eyin

lavare

fọṣọ

doccetta

ìwẹ̀ ọlọ́wọ́

doccia intima

doṣi

bacinella

basin

spazzola da bagno

burọ̀ṣi ẹ̀yìn

sapone

ọṣẹ

gel da doccia

gẹli ìwẹ̀

shampoo

ọ̀ṣẹ irun

manopola

filanẹni

scarico

sẹ́

crema

ìpara

deodorante

olóòrùn dídún

specchio

dingi

specchio

díngi ọwọ́

rasoio

abẹ

schiuma da barba

fomu ìfárungbọ̀n

dopobarba

lẹ́yìn ìfarungbọ̀n

pettine

iyarun

spazzola

burọ̀sì

fon

agbẹrun

lacca

ìparun

make up

ìmúra

rossetto

ìtọ́tè

smalto

fanìṣi èkaná

ovatta

òwú

forbice per unghie

sisọsi èkaná

profumo

pafumu

borsetta da bagno

báàgì ìwẹ̀

sgabello

àga

bilancia

ìwọ̀n

accappatoio

okùn ìwẹ̀

guanti

ìbọ̀wọ́ rọ́bà

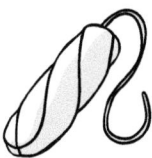

assorbente

tampun

assorbenti

ìnuwọ

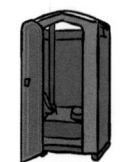

bagno chimico

ṣálángá kẹmika

stanza dei bambini
yàrá ọmọdé

sveglia
aago itaniji
peluche
ìṣeré
automobilina
ọkọ̀ ìṣeré
sonaglio
ratu
casa delle bambole
ilé bèbí
regalo
ẹ̀bùn

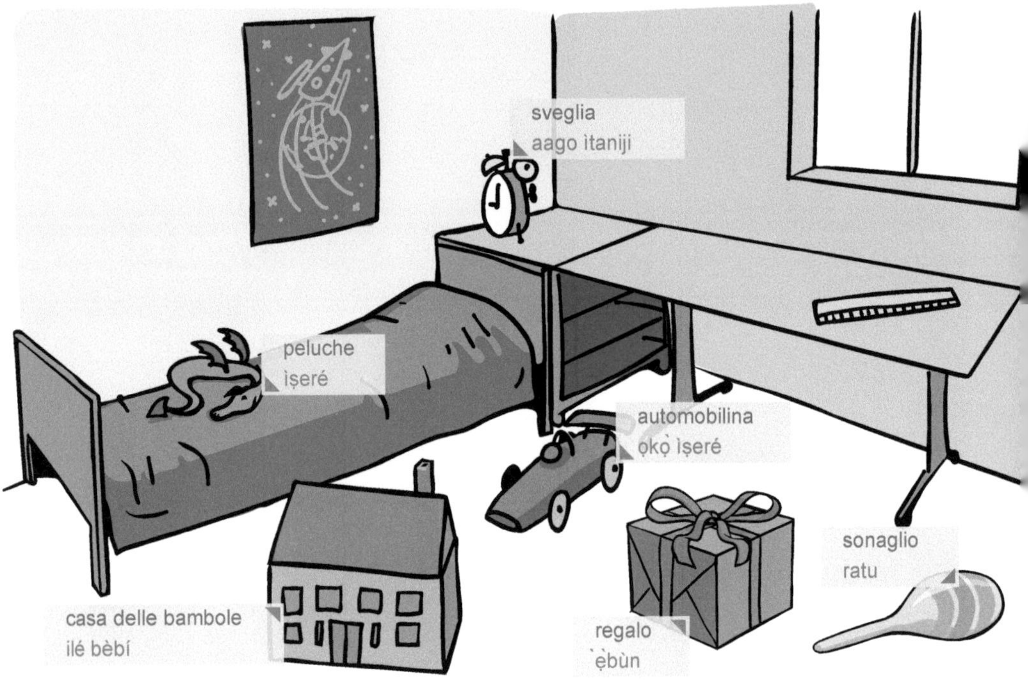

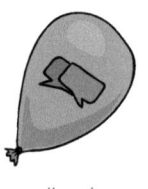

palloncino
fèrè

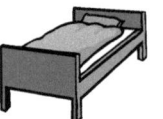

letto
ibùsùn

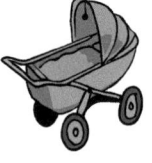

passeggino
ìgbọ́mọ

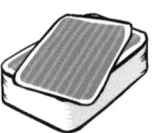

mazzo di carte
àpapọ̀ káàdì

puzzle
ayùn

SUPER
MEGA

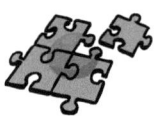

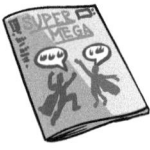

comic
àwàdà

lego

àwọn biriki

mattoncini

ohun ìṣeré

action figure

figọ ìṣe

tutina

ìdàgbàsókè

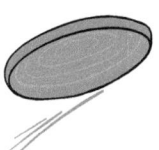

frisbee

firisibi

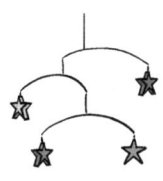

giostrina

alágbèéká

gioco da tavolo

eré pẹpẹ

dadi

daisi

trenino

àkópọ̀ ìkọni àwòṣe

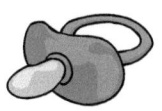

ciuccio

dọmi

festa

ayẹyẹ

libro illustrato

ìwé àwòrán

palla

bọ́ọ̀lù

bambola

bèbí

giocare

ṣeré

sabbiera

kòtò yẹ̀pẹ̀

altalena

jangilofa

giocattolo

àwọn ìṣeré

console

kọ́nsolu ìṣeré fídíò

triciclo

ẹlẹ́ṣẹ̀ mẹ́ta

orsetto

bèbí ọmọdé

guardaroba

ibi ìkaṣọsi

vestiti

aṣọ

calzini

sọkisi

calze

sitọkin

collant

ṣòkòtò

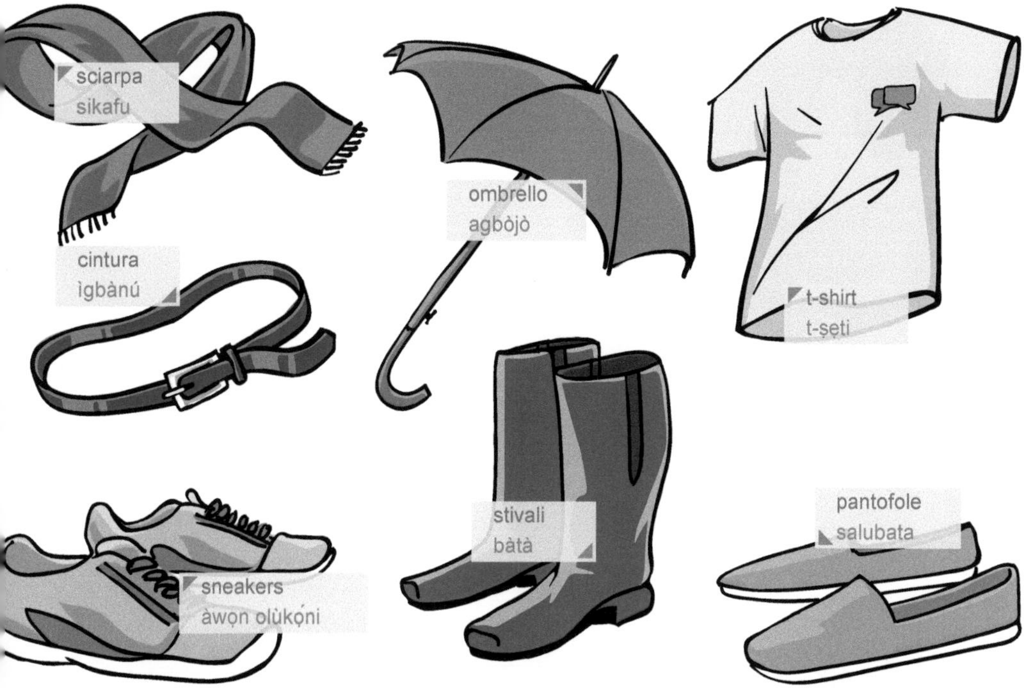

sciarpa
sikafu

cintura
ìgbànú

ombrello
agbòjò

t-shirt
t-ṣeti

stivali
bàtà

pantofole
salubata

sneakers
àwọn olùkọni

sandali
salubata

scarpe
bàtà

stivali di gomma
bàtà òjò

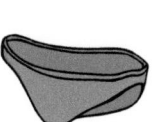

mutande
pátá

reggiseno
kọ́mú

canottiera
fẹsiti

body

ara

pantaloni

ṣòkòtò

jeans

kakí

gonna

sikẹti

camicetta

bulausi

camicia

ṣẹti

pullover

dúró

felpa

ìbòrí

giacca

aṣọ òkè

giacca

aṣọ otútù

cappotto

kotu

impermeabile

aṣọ òjò

tailleur

ìmúra

abito

wọṣọ

abito da sposa

aṣọ ìgbéyàwó

abito (da uomo)

sutu

camicia da notte

aṣọ àwọ̀sùn

pigiama

pijama

sari

sari

foulard

gèlè

turbante

tọbanu

burka

bọka

kaftano

kafitani

abaya

abaya

costume da bagno

aṣọ ìwẹdò

costume da bagno
(maschile)

aṣọ àwọ̀sókè

pantaloncini

penpe

tuta da ginnastica

kotu

grembiule

aṣọ ìdáná

guanti

ìbọ̀wọ́

bottone

bọ̀tìnnì

occhiali

awò

braccialetto

ẹ̀gbà ọwọ́

collana

ẹgbà ọrùn

anello

òrùka

orecchino

gbígbọ́

berretto

filà

appendiabiti

ìkọ́ kotu

cappello

àkẹtẹ́

cravatta

tai

zip

sipu

casco

koto

bretelle

biresi

uniforme

aṣọ ilé-ìwé

uniforme

yunifọmu

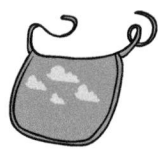

bavaglino

bibu

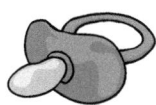

ciuccio

dọmi

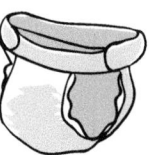

pannolini

ìlédìí

uffico

ọfisi

server
olùpín
armadio per le pratiche
ibi àkópamọ́ faili
carta
pépà
stampante
ẹ̀rọ ìtẹ̀wé
monitor
aṣàfihàn
mouse
atọ́ka
scrivania
dẹsiki
raccoglitore
fódà
tastiera
àtẹ bọ́tìnnì
cestino
agbọ̀n ìdalẹ̀nù
computer
kọ̀mpútà
sedia
àga

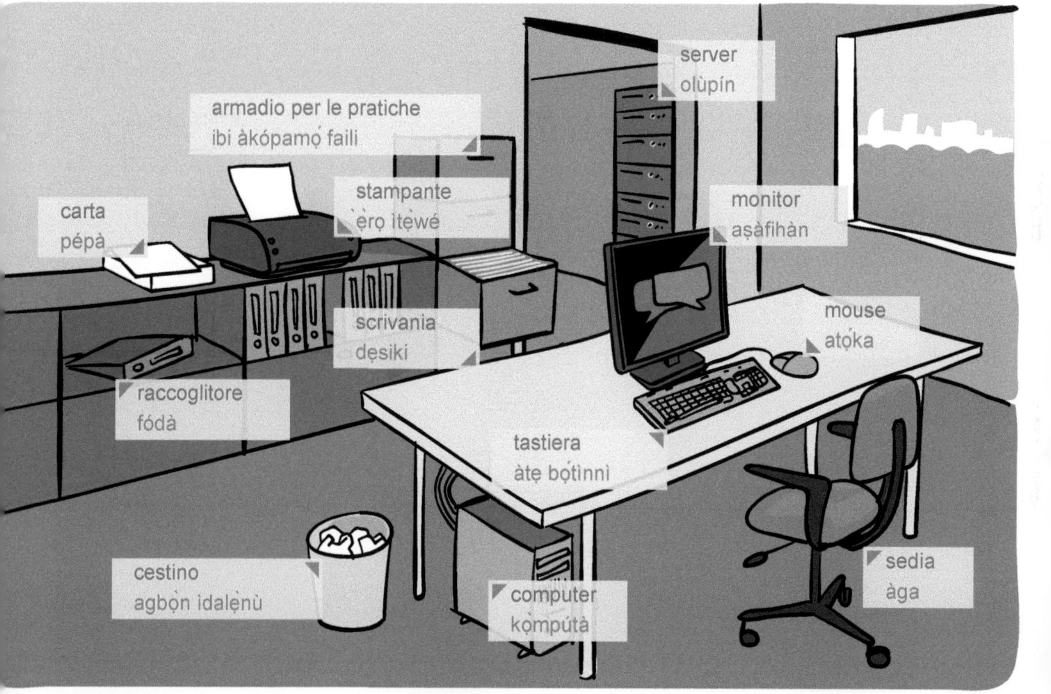

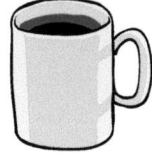

tazza da caffè

ife kọfí

calcolatrice

ẹ̀rọ ìṣirò

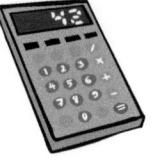

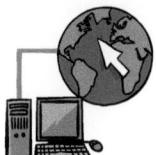

internet

ayélujára

portatile

kọmpútà àgbélétan

lettera

lẹ̀tà

messaggio

ìfiránṣẹ́

cellulare

alágbèéká

rete

nẹ́tíwọ̀kì

fotocopiatrice

`ẹ̀rọ ẹdà

software

sọftwia

telefono

`ẹ̀rọ ìbánisọ̀rọ̀

spina

ihò iná

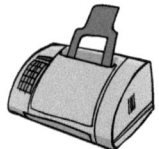

fax

ẹ̀rọ fakisi

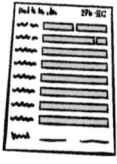

modulo

fọ́ọ̀mù

documento

ìwé àkọsílẹ̀

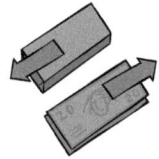

comprare
....
rà

pagare
....
sanwó

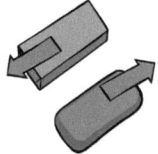

commerciare
....
ṣòwò

soldi
....
owó

dollaro
....
dọla

euro
....
yuro

yen
....
yẹni

rublo
....
rọbu

franco svizzero
....
Siwisi frans

renminbi yuan
....
renminbi yuan

rupia
....
rupi

bancomat
....
ibi owó

uffico di cambio

ibi ìpàrọ̀ owó

oro

wúrà

argento

fàdákà

petrolio

epo

energia

agbára

prezzo

iye

contratto

àdéhùn

tassa

owó orí

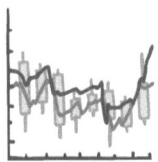

azioni

ìpín ọjà

lavorare

ṣiṣẹ́

impiegato

òṣìṣẹ́

datore di lavoro

agbani síṣẹ́

fabbrica

ilé iṣẹ́

negozio

ìsọ̀

professioni
àwọn iṣẹ́ àáyò

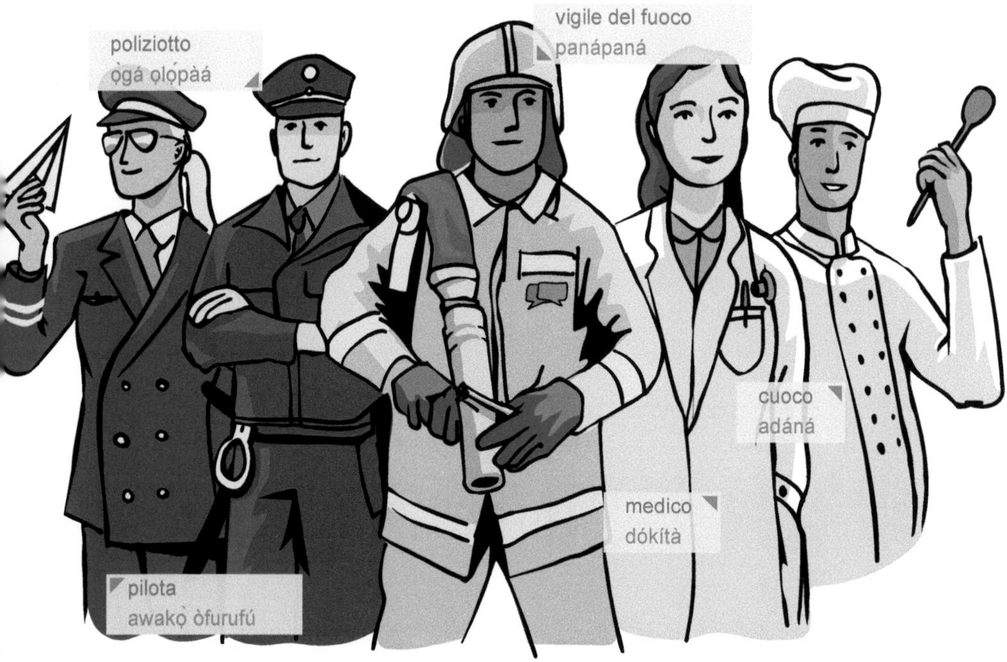
poliziotto
ọ̀gá ọlọ́pàá
vigile del fuoco
panápaná
cuoco
adáná
medico
dókítà
pilota
awakọ̀ òfurufú

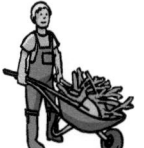

giardiniere
olọ́gbà

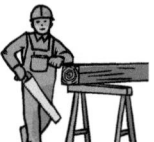

falegname
gbẹ́nàgbẹ́nà

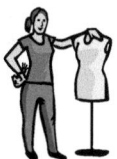

sarta
aránṣọ

giudice
adájọ́

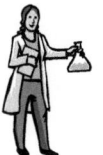

chimico
olóògùn

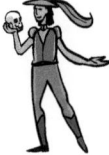

attore
òṣèré

autista dell'autobus

awakọ̀ èrò

tassista

awakọ̀ èrò

pescatore

apẹja

donna delle pulizie

omidan agbálẹ̀

copritetto

kanlékanlé

cameriere

agbóunjẹ

cacciatore

ọdẹ

pittore

akunlé

fornaio

olùṣe iyẹ̀fun

elettricista

aṣàtúnṣe iná

operaio edile

akọ́lé

ingegnere

amojú ẹrọ

macellaio

alápatà

idraulico

pulọmba

postino

afiwé ránṣẹ́

soldato

jagunjagun

architetto

ayàwòrán ilé

cassiere

akawó

fioraio

olódòdó

parrucchiere

aṣerun lóge

controllore

adarí èrò

meccanico

aṣàtúnṣe ọkọ̀

capitano

adarí

dentista

olùtọ́jú eyin

scienziato

onímọ̀ ìjìnlẹ̀

rabbino

olùkọ́ni

imam

imamu

monaco

mọnki

clerico

òjíṣẹ́ Ọlọ́run

attrezzi
àwọn irinṣẹ́

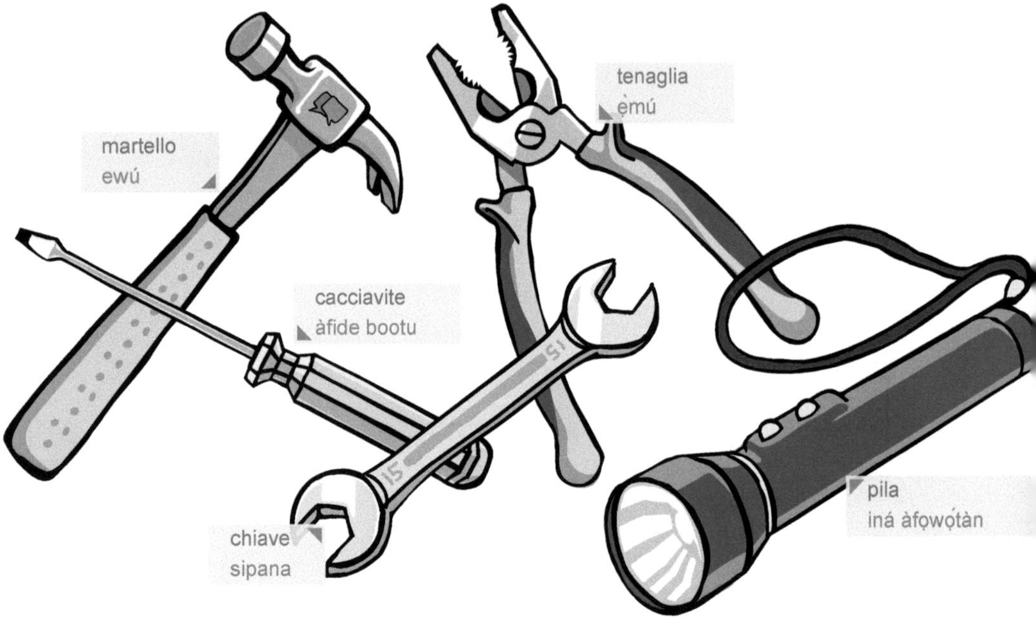
tenaglia
ẹ̀mú
martello
ewú
cacciavite
àfide bootu
pila
iná àfọwọ́tàn
chiave
sipana

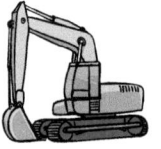

ruspa

jiga

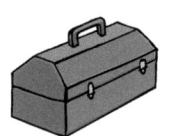

cassetta degli attrezzi

àpótí irinṣẹ́

scala

àgàsọ̀

sega

ayùn

chiodi

ẹ̀ṣó

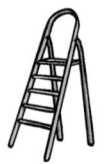

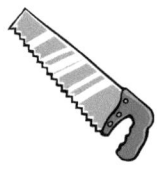

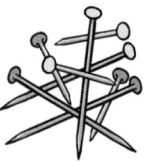

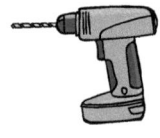

trapano

ìlu

riparare

túnṣe

pala

ṣọbìrì

Dannazione!

Adágún!

paletta per l'immondizia

igbá ìdọ̀tí

barattolo di colore

kòkò ọdà

viti

bootu

strumenti musicali
àwọn irinṣẹ́ orin

altoparlante
gbohùngbohùn

batteria
àkópọ̀ ìlù

contrabbasso
baasi onímẹ́jì

tromba
fèrè

chitarra
jita

pianoforte

dùrù

violino

faolin

basso

baasi

timpano

timpani

tamburo

àwọn ìlù

tastiera

kiibọdu

sassofono

sasofonu

flauto

fèrè ìpè

microfono

`ẹ̀rọ gbohùngbohùn

zoo

ibi ẹranko

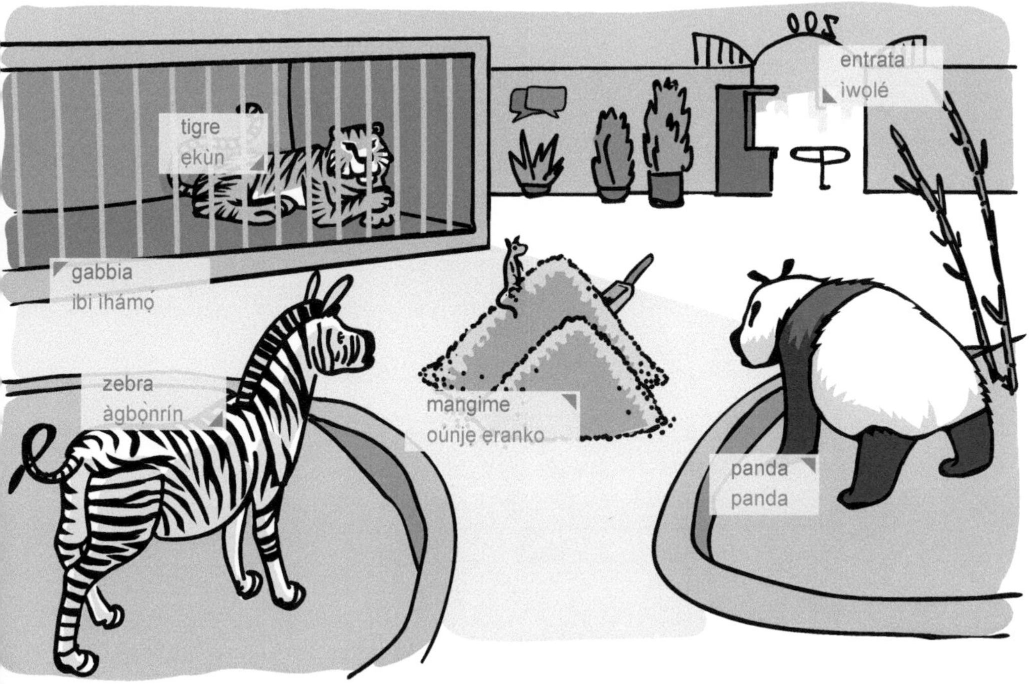

tigre
ẹkùn
gabbia
ibi ìhámọ́
zebra
àgbọ̀nrín
mangime
oúnjẹ ẹranko
panda
panda
entrata
ìwọlé

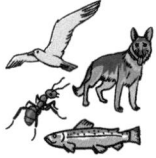

animali

àwọn ẹranko

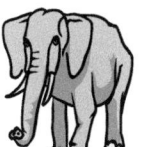

elefante

erin

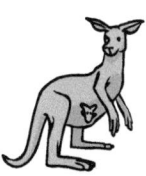

canguro

kangaruu

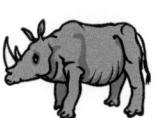

rinoceronte

raino

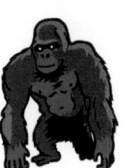

gorilla

ọ̀bọ lagido

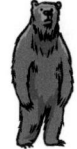

orso

biari

cammello

 kẹ́tẹ̀kẹ́tẹ́

struzzo

ẹyẹ agùnlọ́rùn

leone

kìnìún

scimmia

ọ̀bọ

fenicottero

yọjayọja

pappagallo

ayékòótọ́

orso polare

biari omi

pinguino

pinguin

squalo

ṣaki

pavone

ọ̀kín

serpente

ejò

coccodrillo

ọnì

guardiano

olùtọ́jú ibi ẹranko

foca

sìlì

giaguaro

jagua

pony
poni

leopardo
ẹkùn

ippopotamo
ẹran omi

giraffa
jirafi

aquila
àṣá

cinghiale
ẹlẹ́dẹ́ igbó

pesce
ẹja

tartaruga
ijàpá

tricheco
wọrọsi

volpe
kòlòkòlò

gazzella
gasẹli

football americano
Bọọ́lù àfẹsẹ̀gbá Amẹrika

ciclismo
kẹ̀kẹ́

tennis
tẹnisi

pallacanestro
bọọ́lù agbọ̀n

nuoto
ìwẹ̀ odò

hockey su ghiaccio
ọki yìnyín

pugilato
ẹlẹsẹẹ́

calcio

bọọ́lù àfẹsẹ̀gbá

badminton

badmintin

atletica leggera

àwọn tí ń sáré

palla a mano

bọọ́lù ọlọ́wọ́

sciare

eré orí yìnyín

polo

polo

saltare
fò

ridere
rẹ́rìín

abbracciare
dìmọ́

camminare
rìn

cantare
kọrin

sognare
àlá

pregare
gbàdúrà

baciare
fẹnukò

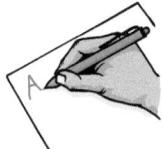

scrivre
kọ̀wé

disegnare
yàwòrán

mostrare
fihàn

spingere
tì

dare
funni

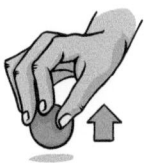

prendere
mú

avere

ní

fare

șe

essere

jẹ́

stare (in piedi)

dúró

correre

sáré

tirare

fà

gettare

jù

cadere

șubú

sdraiarsi

parọ́

aspettare

dúró

portate

gbé

sedere

jókòó

vestirsi

múra

dormire

sùn

svegliarsi

jí

guardare

wo

piangere

kígbe

accarezzare

ọ̀pá

pettinare

ìlarun

parlare

sọ̀rọ̀

capire

lóye

domandare

bèrè

ascoltare

tẹ́tí

bere

omi

mangiare

jẹun

riordinare

palẹ̀mọ́

amare

ìfẹ́

cucinare

dáná

guidare

wakọ̀

volare

fò

veleggiare

ìgbín

calcolare

ṣírò

leggere

kàwé

imparare

kọ́

lavorare

ṣiṣẹ́

sposare

gbéyàwó

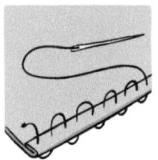

cucire

ránṣọ

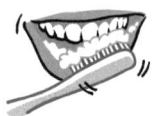

lavarsi i denti

fọ eyín

uccidere

pa

fumare

mu sìgá

spedire

firánṣẹ́

famiglia
ẹbí

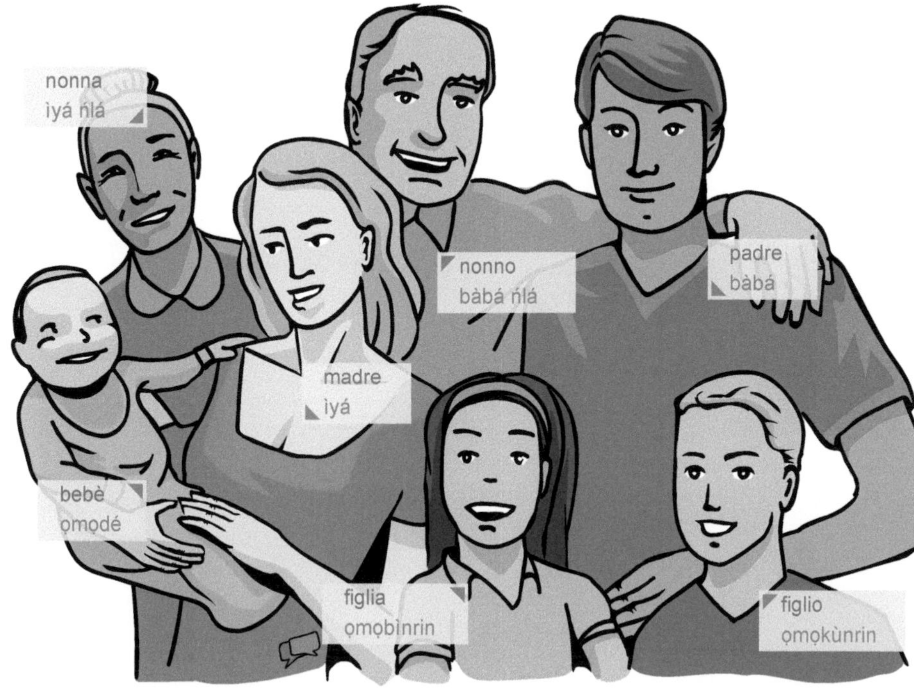

nonna
ìyá ńlá
nonno
bàbá ńlá
padre
bàbá
madre
ìyá
bebè
ọmọdé
figlia
ọmọbìnrin
figlio
ọmọkùnrin

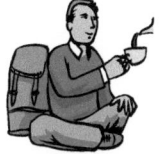

ospite
....
àlejò

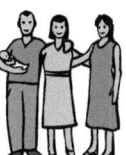

zia
....
àbúrò ìyá

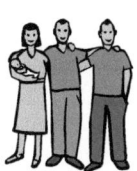

zio
....
àbúrò bàbá

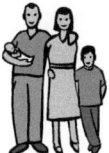

fratello
....
arákùnrin

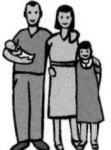

sorella
....
arábìnrin

corpo

ara

fronte
iwájú orí
occhio
ẹyinjú
spalla
èjìká
dito
ìka
viso
ojú
mento
àgbọ̀n
mano
ọwọ́
gamba
ẹsẹ̀
petto
ọyàn
braccio
apá

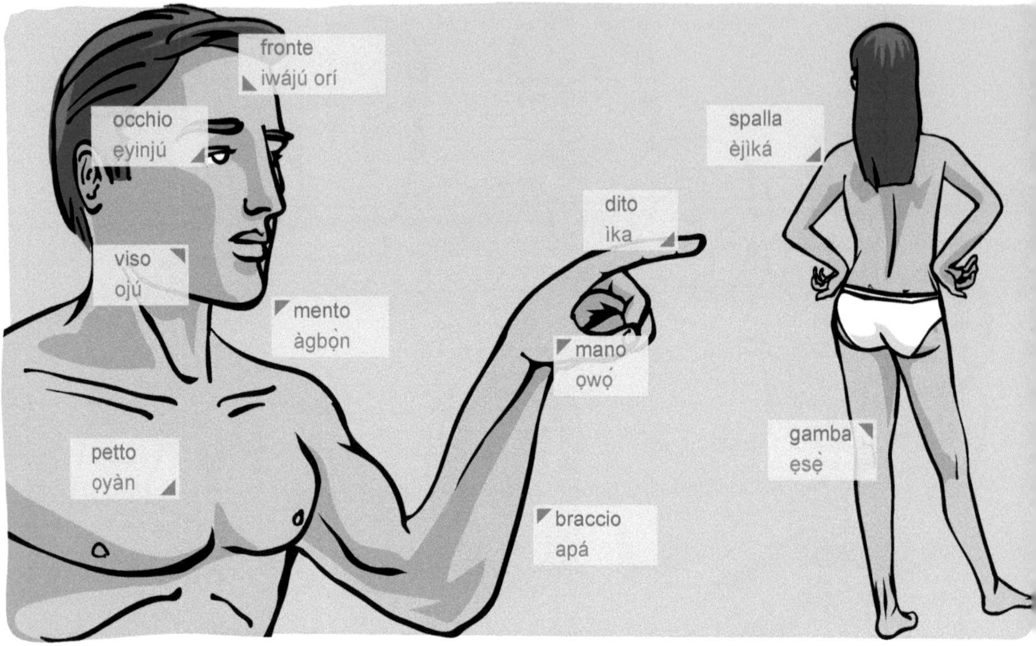

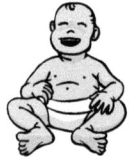

bebè

ọmọdé

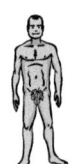

uomo

ọkùnrin àgbà

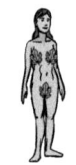

signora

obìnrin àgbà

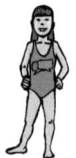

ragazza

obìnrin

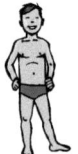

ragazzo

ọkùnrin

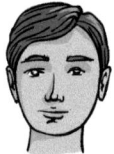

testa

orí

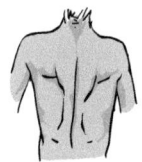

schiena

ẹ̀yìn

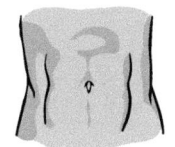

addome

inú

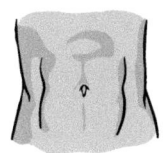

ombelico

ìdodo

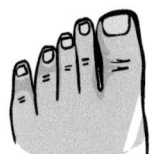

dito del piede

ìka ẹsẹ̀

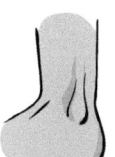

tallone

ẹ̀yìn ẹsẹ̀

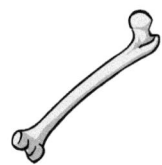

ossa

egungun

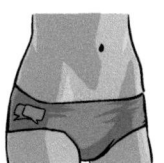

anca

ìbàdí

ginocchio

orúnkún

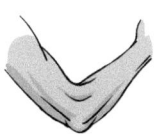

gomito

ìgúpá

naso

imú

sedere

ìdí

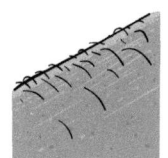

pelle

awọ

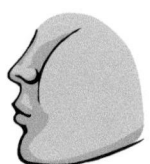

guancia

ẹ̀rẹ̀kẹ́

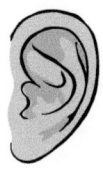

orecchio

etí

labbra

ètè

bocca

ẹnu

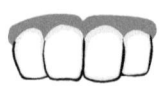

dente

eyín

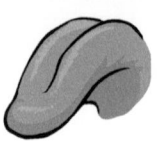

lingua

ahọ́n

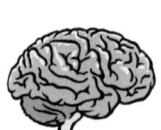

cervello

ọpọlọ

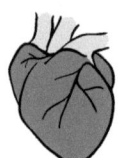

cuore

ọkàn

muscolo

iṣan

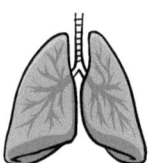

polmone

ìfun

fegato

ẹ̀dọ̀

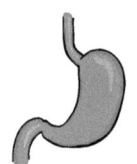

stomaco

ikùn

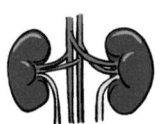

reni

kíndìrín

rapporto sessuale

ìbálòpọ̀

preservativo

rọ́bà àbò

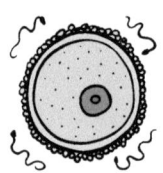

ovulo

ofumu

sperma

àtọ̀

gravidanza

oyún

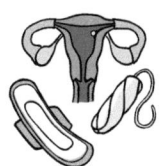

mestruazioni

ǹkan oṣù

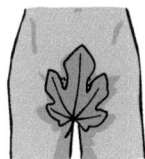

vagina

òbò

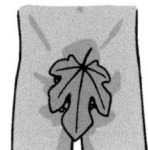

pene

okó

sopracciglio

ìpénpéjú

capelli

irun

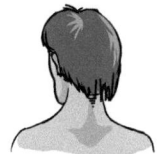

collo

ọrùn

ospedale
ilé ìwòsàn

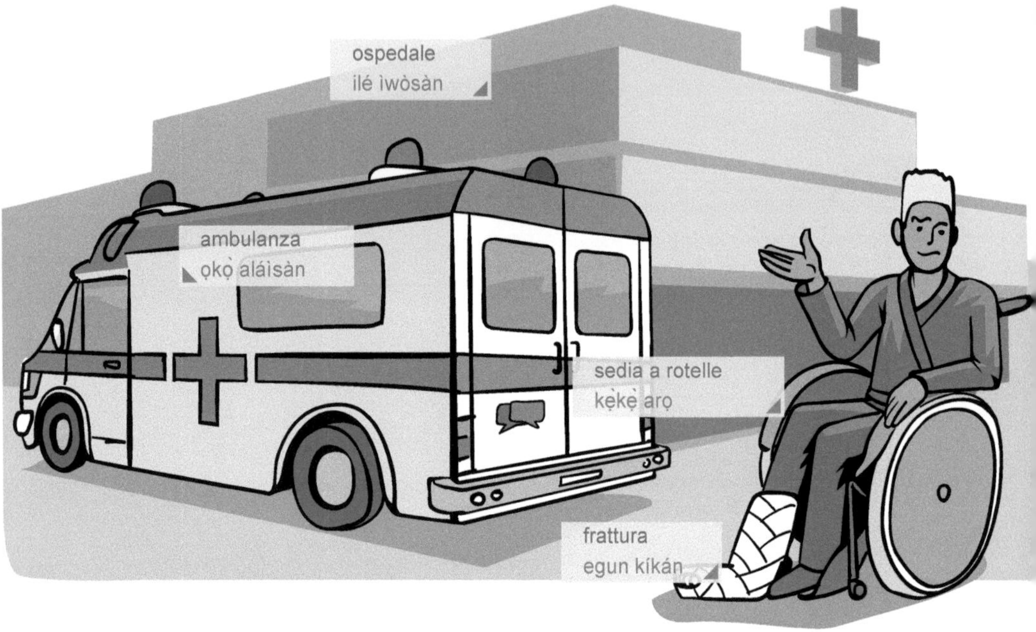

ospedale
ilé ìwòsàn
ambulanza
ọkọ̀ aláìsàn
sedia a rotelle
kẹ̀kẹ̀ arọ
frattura
egun kíkán

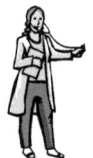

medico

dókítà

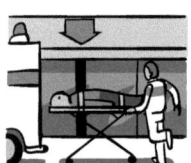

pronto soccorso

yàrá pàjáwìrì

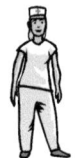

infermiera

nọ́ọ̀sì

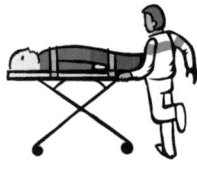

emergenza

pàjáwìrì

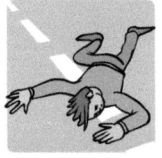

svenuto

dákú

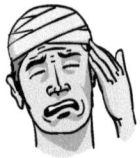

dolore

ìrora

ferita

egbò

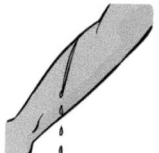

ferita

ẹ̀jẹ̀ dídà

infarto cardiaco

àìsàn ọkàn

ictus

rọpárọsẹ̀

allergia

àlébù ògùn

tosse

ikọ́

febbre

ibà

influenza

ọfinkìn

diarrea

ìgbẹ́ gburu

mal di testa

ẹ̀fọ́rí

cancro

jẹjẹrẹ

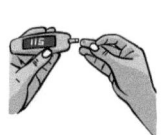

diabete

ìtọ̀ ṣúgà

chirurgo

alábẹ

bisturi

abẹfẹ́lẹ́

operazione

iṣẹ́ abẹ

tomografia

CT

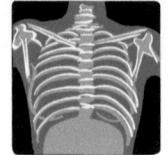

raggi x

x-ray

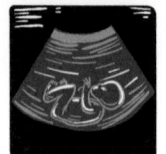

ecografia

ọtirasandì

mascherina

aṣọ ìbòjú

malattia

àrùn

sala d'attesa

yàrá ìdúró

stampelle

ọpá

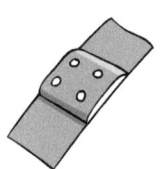

cerotto

àlẹmọ

bendaggio

aṣọ àfiwé

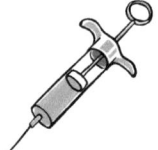

iniezione

abẹrẹ

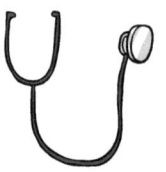

stetoscopio

àyẹ̀wò èémì

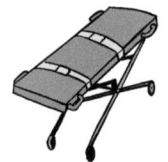

barella

àtẹ aláìsàn

termometro

ẹ̀rọ ìwọ̀n oru ilé ìwòsàn

nascita

ìbí

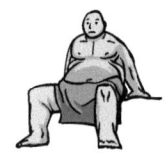

sovrappeso

ìsanrajù

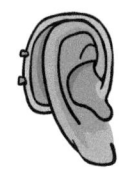

apparecchio acustico

ẹrọ àfigbọ́rọ̀

disinfettante

apa kòkòrò

infezione

àkóràn

virus

kòkòrò

HIV / AIDS

Àrùn HIV / AIDS

medicina

òògùn

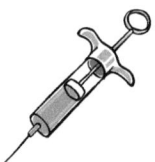

vaccino

àjẹsára

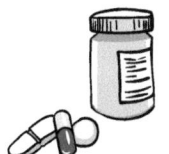

pastiglia

tabulẹti

pillola

òògùn

chiamata d'emegenza

ìpè pàjáwìrì

misuratore di pressione

atọpinpin ẹ̀jẹ̀ ríru

malato / sano

àìsàn / lera

Aiuto!	allarme	aggressione
Ìrànlọ́wọ́!	ìtanijí	ìluni

attacco	pericolo	uscita d'emergenza
ìdójukọ	ewu	ijáde pàjáwìrì

fuoco!	estintore	incidente
Iná!	panápaná	ìjàmbá

kit di primo soccorso	SOS	polizia
àpótí ìtọjú aláìsàn	SOS	ọlọpàá

Europa

Yuropu

Nord America

North Amerika

Sud America

South Amerika

Africa

Afirika

Asia

Esia

Australia

Osirelia

Atlantico

Atlantic

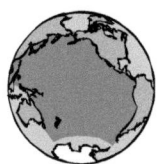

Pacifico

Pacific

Ocenao indiano

Indian Ocean

Oceano antartico

Antarctic Ocean

Oceano artico

Arctic Ocean

Polo nord

Òpó Ìlà Òrùn

Polo sud

Òpó Ìwọ̀ Òrùn

Antartico

Antarctica

terra

Ayé

paese

ilẹ̀

Mare

òkun

isola

erékùsù

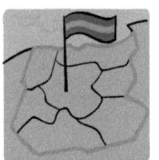

nazione

orílẹ̀-èdè

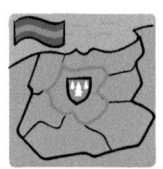

stato

ìpínlẹ̀

quadrante

ojú aago

lancetta delle ore

ọwọ́ wákàtí

lancetta dei minuti

ọwọ́ ìṣẹ́jú

lancetta dei secondi

ọwọ́ ìṣẹ́jú àáyá

Che ore sono?

Kínni aago sọ?

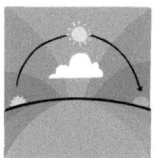

giorno

ojọ́

tempo

àkókò

ora

báyìí

orologio digitale

aago onínọ́mbà

minuto

ìṣẹ́jú

ore

wákàtí

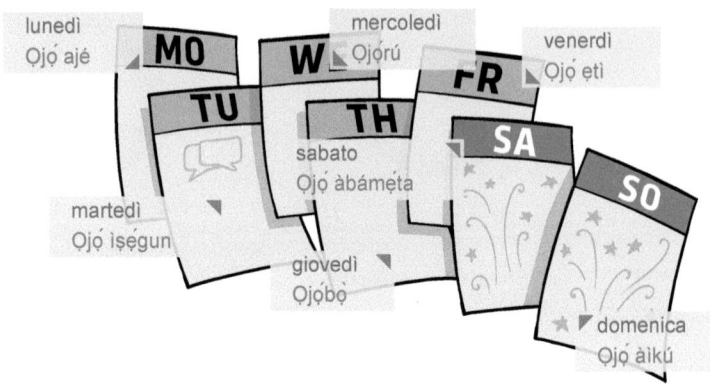

lunedì
Ọjọ́ ajé

mercoledì
Ọjọ́rú

venerdì
Ọjọ́ ẹtì

sabato
Ọjọ́ àbámẹta

martedì
Ọjọ́ iṣẹgun

giovedì
Ọjọ́bọ

domenica
Ọjọ́ àìkú

ieri

àná

oggi

òní

domani

ọla

mattino

àárọ̀

mezzogiorno

ọ̀sán

sera

ìrọ̀lẹ́

gioni feriali

àwọn ojọ́ iṣẹ́

fine settimana

ìparí ọ̀sẹ̀

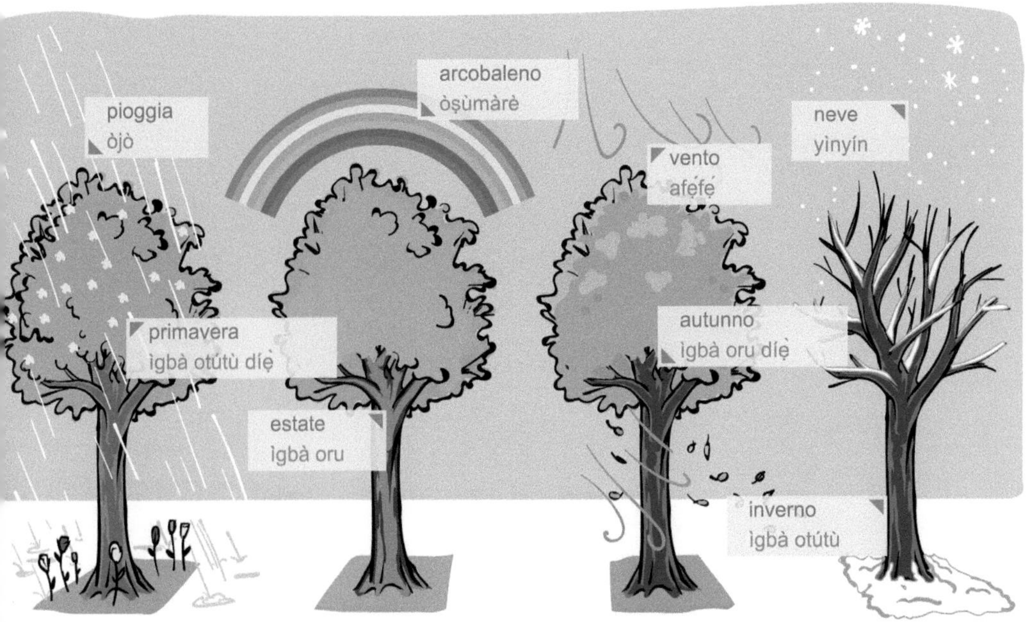

pioggia
òjò

arcobaleno
òṣùmàrè

vento
afẹ́fẹ́

neve
yìnyín

primavera
ìgbà otútù díẹ̀

autunno
ìgbà oru díẹ̀

estate
ìgbà oru

inverno
ìgbà otútù

4.APRIL	11°	☀
5.APRIL	4°	🌧
6.APRIL	13°	☔
7.APRIL	8°	☀
8.APRIL	10°	☀

previsioni del tempo

ìsọtẹ́lẹ̀ ojú-ọjọ́

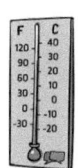

termometro

ẹ̀rọ ìwọ̀n oru

raggio di sole

ìtànsán òrùn

nuvola

òfurufú

nebbia

ọ̀pọ̀lọ́

umidità

ọ̀gìnniti

lampo

iná

tuono

àrá

tempesta

ìjì

grandine

kùrukùru

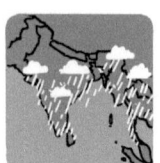

monsone

aféfé

marea

àgbàrá

ghiaccio

omi dídì

gennaio

Oṣù kínní

febbraio

Oṣù kejì

marzo

Oṣù kẹẹ̀ta

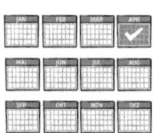

aprile

Oṣù kẹẹ́rin

maggio

Oṣù kaàrún

giugno

Oṣù kẹfà

luglio

Oṣù keèje

agosto

Oṣù keẹ̀jọ

settembre

Oṣù kẹẹ́sán

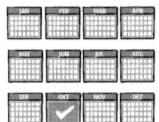

ottobre

Oṣù keẹ̀wá

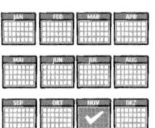

novembre

Oṣù kọkànlá

dicembre

Oṣù kejìlá

forme
àwọn ìrísí

cerchio

róbótó

quadrato

onígun mẹ́rin dọ́gba dọ́gba

rettangolo

onígun mẹ́rin

triangolo

onígun mẹ́ta

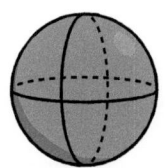

sfera

sifia

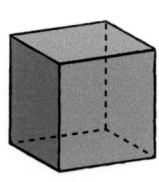

cubo

kubu

bianco

funfun

giallo

yẹlo

orancione

olómi ọsàn

fucsia

pinki

rosso

pupa

lilla

pọpu

blu

bulu

verde

aláwọ̀ ewé

marrone

buranu

grigio

rẹsúrẹsú

nero

dúdú

molto / poco

ọ̀pọ̀ / níwọ̀nba

arrabbiato / tranquillo

bínnú / farabalẹ̀

bello / brutto

rẹwà / òbùrẹwà

inizio / fine

bíbẹ̀rẹ̀ / òpin

grande / piccolo

ńlá / kékeré

chiaro / scuro

mọ́lẹ̀ / dúdú

fratello / sorella

arákùnrin / arábìnrin

pulito / sporco

mímọ́ / dọ̀tí

completo / incompleto

parí / àìparí

giorno / notte

ọjọ́ / alẹ́

morto / vivo

kú / àyè

largo / stretto

fẹ̀ / tínrín

commestibile / immangiabile

jíjẹ / àllèjẹ

cattivo / buono

ibi / dára

eccitato / annoiato

dunnú / sísú

grasso / magro

tóbi / tínrín

primo / ultimo

àkọ́kọ́ / ìgbẹ̀yìn

amico / nemico

ọ̀rẹ́ / ọtá

pieno / vuoto

kún / ṣófo

duro / morbido

le / rọ̀

pesante / leggero

wúwo / fúyẹ́

fame / sete

ebi / òhùngbẹ

malato / sano

àìsàn / lera

illegale / legale

tàpá sófin / bá òfin mu

intelligente / stupido

ọlọgbọ́n / òmùgọ̀

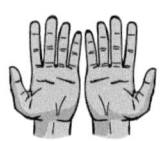

sinistra / destra

òsì / ọ̀tún

vicino / lontano

tòsí / jìnnà

nuovo / usato

tuntun / àlòkù

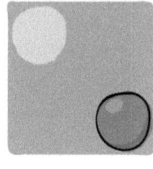

niente / qualcosa

àìsí nkan / níní nkan

vecchio / giovane

arúgbó / ọ̀dọ́

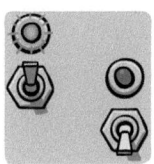

acceso / spento

tàn / kú

aperto / chiuso

ṣí / padé

silenzioso / rumoroso

dáké / pariwo

ricco / povero

lọ́rọ̀ / tòsì

giusto / sbagliato

tọ̀nà / àìtọ̀nà

ruvido / liscio

àìdán / dán

triste / felice

banújẹ́ / dunú

corto / lungo

kúrú / gùn

lento / veloce

lọ́ra / yára

bagnato / asciutto

tutù / gbẹ

caldo / fresco

lọ́wọ́rọ́ / otútù

guerra / pace

ogun / àlàfíà

0

zero

òdo

1

uno

méní

2

due

méjì

3

tre

mẹ́ta

4

quattro

mẹ́rin

5

cinque

márùún

6

sei

mẹ́fà

7

sette

méje

8

otto

mẹ́jọ

9

nove

mẹ́sàán

10

dieci

mẹ́wàá

11

undici

mọ́kànlá

12

dodici

méjìlá

13

tredici

mẹ́tàlá

14

quattordici

mẹ́rìnlà

15

quindici

mẹdogun

16

sedici

marundínlógún

17

diciassette

mẹ́tàdínlógún

18

diciotto

méjìdínlógún

19

diciannove

mọ́kàndínlógún

20

venti

ogún

100

cento

ọgọ́rùún

1.000

mille

ẹgbẹ̀rún

1.000.000

milione

miliọnu

Inglese

Gẹẹsì

Inglese americano

Gẹẹsì Ilẹ Amẹríkà

Cinese mandarino

Mandarini Ṣaina

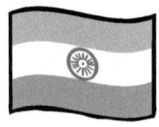

Hindi

Hindi

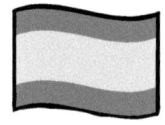

Spagnolo

Sipaniṣi

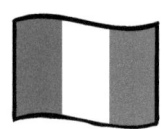

Francese

Faransé

Arabo

Lárúbáwá

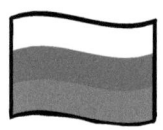

Russo

Rọṣia

Portoghese

Pọtugi

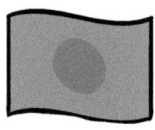

Bengalese

Bẹngali

Tedesco

Jamani

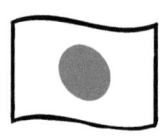

Giapponese

Japanisi

io

Èmi

tu

ìwọ

lui /lei

ọkùnrin / obìnrin / nkan

noi

àwa

voi

ìwọ

loro

àwọn

chi?

tani?

cosa?

kínni?

come?

báwo?

dove?

níbo?

quando?

nígbà wo?

nome

orúkọ

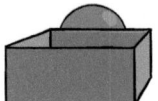

dietro

lẹ́yìn

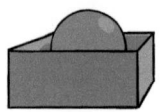

in

inú

davanti

níwájú

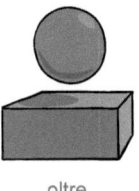

oltre

lókè

sopra

lórí

sotto

lábẹ́

accanto

lẹ́gbẹ̀ẹ́

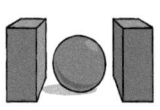

fra

láàrín

località

ibi